P9-EKE-851

D0037600

Thùng đồ chơi của Kipper

Mick Inkpen

Copyright © Mick Inkpen, 1992
Copyright © Vietnamese translation Magi Publications, 1995
This edition published in 1995 by Magi Publications, in association with
Star Books International, 55 Crowland Avenue, Hayes, Middx UB3 4JP
First published in Great Britain in 1992 by Hodder & Stoughton Children's Books
Printed in Italy by L.E.G.O., Vicenza
ISBN 1 85430 354 6

Kipper's Toybox

Mick Inkpen

Translated by My Tang

Magi Publications, London

Có ai hay con gì đó đã gặm thủng lỗ
thùng đồ chơi của Kipper.
"Hy vọng là những đồ chơi của mình không bị sao,"
Kipper nói. Chú đổ hết cả đồ chơi ra và đếm.
"Một, hai, ba, bốn, năm, sáu, BẨY! Sai rồi!"
chú kêu. "Lẽ ra chỉ có sáu thôi!"

Someone or something had been nibbling a hole in
Kipper's toybox.
"I hope my toys are safe," said Kipper. He emptied
them out and counted them.
"One, two, three, four, five, six, SEVEN! That's wrong!"
he said. "There should only be six!"

Kipper đếm lại các đồ chơi của chú.
Lần này chú xếp chúng thẳng hàng cho dễ đếm hơn.
"Cú Lớn là một, Hà Mã là hai, Bí Tất là ba, Dép lê
đi trong nhà là bốn, Thỏ là năm, Bác Rắn là sáu.
Thế mới đúng chứ!" chú nói.

Kipper counted his toys again. This time he lined
them up to make it easier.
''Big Owl one, Hippopotamus two, Sock Thing
three, Slipper four, Rabbit five, Mr Snake six.
That's better!'' he said.

Kipper xếp lại các đồ chơi vào trong thùng.
Rồi chú đếm lại một lần nữa. Để cho chắc.
"Một, hai, ba, bốn, năm, sáu, bẩy, TÁM CÁI MŨI!
Vậy là thừa ra hai cái mũi!" Kipper kêu.

Kipper put his toys back in the toybox. Then he
counted them one more time. Just to make sure.
"One, two, three, four, five, six, seven, EIGHT NOSES!
That's two too many noses!" said Kipper.

Kipper túm lấy Cú Lớn và quẳng ra khỏi thùng.
"MỘT!" chú bực bội kêu. Hà Mã bị quẳng ra,
"HAI!" chú Thỏ bị quẳng ra, "BA!" Bác Rắn bị
quẳng ra, "BỐN!" Dép lê bị quẳng ra, "NĂM!"
Nhưng đồ số sáu đâu? Bí Tất đâu?

Kipper grabbed Big Owl and threw him out of
the toybox.
"ONE!" he said crossly. Out went Hippopotamus,
"TWO!" Out went Rabbit, "THREE!" Out went
Mr Snake, "FOUR!" Out went Slipper, "FIVE!"
But where was six? Where was Sock Thing?

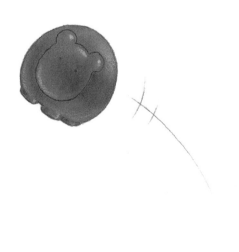

Kipper rất buồn. Ngoài Thỏ ra, Bít Tất là đồ chơi
mà chú thích nhất. Giờ cậu ta đi mất rồi.
"Mình sẽ không để bị mất thêm một đồ chơi nào nữa,"
Kipper nói. Chú nhặt những đồ chơi còn lại
lên và xếp vào trong cũi của chú. Rồi chú trèo vào
và canh cho đến lúc đi ngủ.

Kipper was upset. Next to Rabbit, Sock Thing was his
favourite. Now he was gone.
''I won't lose any more of you,'' said Kipper. He picked
up the rest of his toys and put them in his basket.
Then he climbed in and kept watch until bedtime.

Đêm đó Kipper bị một tiếng động lạ đánh thức dậy.
Tiếng động đó xuất phát từ góc phòng.

That night Kipper was woken by a strange noise.
It was coming from the corner of the room.

Kipper bật đèn lên. Từ đó, đang ngọ nguậy trườn qua sàn nhà, chính là Bít Tất! Như vậy Bít Tất chắc hẳn là thủ phạm gặm ăn thùng đồ chơi của chú! Kipper chưa biết xử trí ra sao. Xưa nay chưa có đồ chơi nào của chú biến thành thật như vậy. Chú nhảy lại vào trong cũi và lấp sau Cú Lớn.

Kipper turned on the light. There, wriggling across the floor, was Sock Thing! It must have been Sock Thing who had been eating his toybox!
Kipper was not sure what to do. None of his toys had ever come to life before. He jumped back in his basket and hid behind Big Owl.

Bí Tất từ từ trườn quanh thành một vòng tròn và va vào cũi. Sau đó cậu ta bắt đầu ngọ ngậy trườn về theo lối cũ. Hình như cậu ta không biết là mình đang đi đâu. Kipper đi theo.

Sock Thing wriggled slowly round in a circle and bumped into the basket. Then he began to wriggle back the way he had come. He did not seem to know where he was going. Kipper followed.

Kipper vội vàng túm lấy mũi cậu ta. Bí Tất kêu
rít lên và cựa quậy mạnh hơn.
Sau đó một cái đuôi con xuất hiện.
Một cái đuôi con màu hồng.
Và có tiếng nói khẽ, "Đừng làm đau cậu ta!"

Quickly Kipper grabbed him by the nose. Sock Thing
squeaked and wriggled harder.
Then a little tail appeared. A little pink tail.
And a little voice said, "Don't hurt him!"

"Như vậy chính là MI! Mi đã gặm thùng đồ chơi của ta!" Kipper kêu.

Đúng thế. Lũ chuột đã gặm những miếng bìa thùng đồ chơi của Kipper để làm tổ cho chúng.

"Các ngươi phải hứa với ta là không bao giờ gặm nữa," Kipper nói.

"Chúng em xin hứa," lũ chuột đáp.

"So it was YOU! You have been making the hole in my toybox!" said Kipper.

It was true. The mice had been nibbling pieces of Kipper's toybox to make their nest.

"You must promise not to nibble it again," said Kipper.

"We promise," said the mice.

Để đáp lại, Kipper cho lũ chuột nằm chung cũi với chú. Như vậy nó ấm cúng hơn nhiều so với cái tổ làm bằng bìa giấy và hai chú chuột con không bao giờ gặm thùng đồ chơi của chú nữa . . .

In return Kipper let the mice share his basket. It was much cosier than a nest made of cardboard and the two little mice never nibbled Kipper's toybox again . . .

Nhưng con của chúng vẫn gặm.
CÁI GÌ chúng cũng gặm!

But their babies did.
They nibbled EVERYTHING!